தீரா தேடல்

– வித்யா பூபதி

யாப்பு பப்ளிகேஷன்

YAAPPU PUBLICATION

(Affiliate by Aelay Publish)

தீரா தேடல்

ISBN: 978-81-95345-47-2
First Edition: 2021
Typesetting By T.Cathrin Asmi
Proof Reading by Archana Muthukarthick
Cover Design by Anitha Dinesh

தீரா தேடல்

நமக்கு கிடைத்திட்ட இந்த ஜனனத்திலுள்ள
அற்புத வாழ்க்கையில் ஆயிரமாயிரம்
தேடல்கள் நிறைந்துள்ளது..
ஒவ்வொரு மனிதனின் தேடலும்
ஏதோ ஒரு பொருளை நோக்கியோ, யாரோ
ஒருவரின் அன்பை எதிர்பார்த்தோ வாழ்வின்
எல்லை வரை நீண்டு கொண்டிருக்கிறது...
ஆசைகள் என்பது உள்ளவரை மனித மனமும்
ஏதோ ஒன்றை தேடி கொண்டு தான் இருக்கும்...
அது "தீரா தேடலாய் " தொடரும்

-வித்யா பூபதி

இவள் திருமதி. வித்யா பூபதி ,
முதுகலை இயற்பியல் முடித்தவர்.
இவளுக்கு சிறு வயதிலிருந்தே கவிகள் புனைவதில்
ஆர்வம் மிகுந்திருந்தது..
ஆதலால் தன் பள்ளி, கல்லூரி நாட்களிலே
எழுத தொடங்கியவர்.
தொகுப்பாளராக இது இவளது
இரண்டாம் புத்தகமாகும்.
முன்பாக, PWO குழுமத்தின் வாயிலாக
" இதயத்துகள் " என்னும் கவிதை திரட்டில்
இணை எழுத்தாளராக இருந்தவள்.
பின்பு PWO குழுமத்தின் "அழகியல் " எனும்
கவிதை திரட்டில் தொகுப்பாளராக இருந்தவர்.
மேலும் தன் இன்ஸ்டாகிராம் பக்கத்தின்
(@azhagiee_quotes) வாயிலாக தன் எண்ணங்களுக்கு
எழுத்துக்களின் மூலம் உயிர்ப்பூட்டி வருகிறாள்.
இதுவரை 250க்கும் மேற்பட்ட படைப்புக்களை
தனது பக்கத்தில் பதிவிட்டு வருகிறாள்.

திகட்டா தேடல்

திகட்ட திகட்ட
நம் வாழ்வை வாழ்ந்திட
தீராததாய் ஓர் தேடல்..
எங்கு தொடங்கி
எங்கு முடிவோம்
என்பதை அறிந்தும் அறியாமையால்
இங்கு பல தேடல்..
காலத்தின்
போக்கை வெல்ல தெரியாமையால்
சில தேடல்..
உடைந்து போன மனதுக்கு
ஒட்டு போட முடியாமையால்
சில தேடல்..
வறுமை வாழ்வு விரும்பாமையால்
சில தேடல்...
செல்வ வாழ்வு போதாமையால்
சில தேடல்..
மண்ணில் பிறந்த காலம் முதல்
மடிந்து மண்ணில் சேரும்
காலம் வரை
திக்கற்ற எல்லை கொண்டு சேர்த்தாலும்
திகட்டி அது போனாலும்..
என்றும்
தீராததாய் ஓர் தேடல்

-வித்யா பூபதி

இணை எழுத்தாளர்கள்

1. அபினேஷ்
2. அன்பரசன்
3. உடுமலை பார்த்திபன்
4. கருப்புசாமி ராஜா
5. தரணீதரன்
6. தனலட்சுமி
7. தருண் அம்பலவான்
8. தமிழனங்கன் மு. மகாலிங்கம்
9. மகாலட்சுமி ராக்கியப்பன்
10. சாந்த குமாரி
11. தாரா
12. தாமோதரன்
13. பாத்திமா ஹம்தா
14. கிருத்திகா முத்துசாமி
15. நிமல் ராஜ் கா. ர
16. பிரேமிகன்
17. விஷ்வா
18. சுமிதா
19. புஷ்பராஜன்
20. முத்துசாமி
21. பூமிகா
22. சூரிய முகிலன்
23. ஜனா
24. ஜமுனா
25. ஹருன் முருகேசன்
26. ஷான். ஜி
27. Anish.v
28. Aro jenic
29. Bharathipiriyan
30. Chidambaram
31. Dhivya Rajendran

32. Dinesh bala
33. Ganesan.s
34. Karthikeyan.c
35. Kiruthika.s
36. Maheshwari
37. Manigandan.s
38. Mohan c p
39. Nanthini
40. Navin estac raja
41. Raman
42. Santhosh
43. Saranjan pakkiyarajah
44. Sathish kumar
45. Sathish pandi
46. Thangaselvam
47. Umadevi
48. Vignesh
49. Yamuna

தீரா தேடல்

முதலில் வருபவர்களுக்கு வெற்றி என்னும் வகையில்
கருவறையிலேயே தொடங்கியது எனது போராட்டம்,
இந்த தீரா தேடலுக்கு....

எழுத்துக்கு பஞ்சமில்லாத இந்த தமிழ் தாயின் வழியில்
நான் எழுதும் என் ஆதங்க குறுஞ்செய்தி
இன்று தொடங்கி என்று முடியுமோ,
இந்த தேடலை போல்...

கவி களஞ்சியத்தை கரைத்துக் குடிக்க நினைக்கும்
என் எண்ணம் வறுமை கடலில் பயணிக்கும்
காகிதக் கப்பல் போல் உள்ளது,
இந்த தீராத் தேடல்...

தொடங்கிய பயணம் தொலைவில் இருந்தாலும்,
இலக்கை எட்டும் அளவில் உள்ளது...
எனது கனவுலகில்!
பயமாகத்தான் உள்ளது..
கனவு உலகம் போல் கலைந்து போகுமோ
இந்த தீராத் தேடலும்...

காணக் கிடைக்காத பல பந்தங்கள் இருந்தாலும்,
ஏதோ ஒரு தனிமையையும், சோகத்தையும்
முன்னிறுத்துகிறது

இந்த தீரா தேடல்...

வரைமுறை அற்ற அந்த காதல் மோகம் வலுவிழந்து
போகும்போது
தொடர்ந்து இயலாத நிலைக்குத் தள்ளியது
இந்த தீராத் தேடல்...

முன்நின்று அன்போடு தட்டிக்கொடுக்கும் உறவுகள்,
பின் நின்று கை கொட்டி சிரிக்கும் போது பொறுத்துக்
கொள்கிறேன்
இந்த தீரா தேடலுக்கு...

இன்னல்களும் சோகங்களும் துரோகங்களும் பாசங்களும்
நிரம்பி வழியும் இந்த கலியுகத் தேடலில் முதல் படியாக
இருக்கட்டும்
இந்த தீரா தேடல்...

க.அபினேஷ்

தேடலும் ஒரு பசியே

தீர தீர மனம் தேடியே
தூர தூர மனம் ஓடியே
தீரா தேடல் ஓர் ஆறா வடு

எண்ணங்களும் ஏக்கங்களும்
கற்பனைகளும் கனவுகளும்
தேடலில் கூட ஓர் ஊடல்
உல்லாசமாக உலவுகிறது

என்றாவது ஒருநாள் வெல்வோம்
என்ற தேடலே இன்றைய
பொழுதினை கடத்தும் உற்சாகமாக

இன்றைய படிப்பே நாளைய நியமனம்
இன்றைய உழைப்பே நாளைய நாணயம்

தேட தேட தேடல் நீளும்
உன் தேடல் முடிந்தால் தாளம் நீளும்
ஓட ஓட கால்கள் தேயும்
உன் ஓட்டம் முடிந்தால் பாரும் காணும்
தீரா தேடல் கூட ஒருவித பசியே

-இரா. அன்பரசன்

தேடலே என் தேவையே

மாண்புமிகு உணர்வுகளின் உச்சமே!
மனித வளர்ச்சி தேற்றங்களின் எச்சமே!
உருவம் இல்லாமல் உணரப்படுபவை
காற்று காதல் கடவுள் மட்டுமா;
தேடலே நீயும்தான்!
ஆர்வம், பசி, அறிவியல், ருசி;
எல்லாம் இங்கு உன்னால்தான்!
மனிதன் விண்வெளி தாண்டி எட்டிப் பார்ப்பது
உன்னால்தான்!
பூமியின் மிக ஆழமான துளை
போட்டியிட்டு போடப்பட்டது உன்னால்தான்!
மரக்கிளைகள் வெய்யில் நோக்கி வளைவதும்,
மண்ணுக்குள் வேர்கள் நீருக்காக நுழைவதும்
எனக்குத் தெரிந்தவரை உன்னால்தான்!
எங்கோ சிந்திக் கிடக்கும் இனிப்பு துணுக்குகள்
எப்படியோ எறும்புகளுக்கு தெரிந்துவிடுவது
உன்னால்தான்!
எங்கெங்கோ சுற்றித் திரிந்த புத்தரும் மகாவீரரும்
முக்தி அடைந்தது உன்னால்தான்!

எல்லா வழிகளும் அடைக்கப்பட்ட வீட்டிற்குள்ளும்
எலிகள் மட்டும் எப்படியும் நுழைந்து விடுவது
உன்னால்தான்!
அறிய வகை அஞ்சல்தலைகள் கூட
அடுத்தவீட்டு ஆசாமிக்கு
எப்போதும் கிடைத்து விடுவது உன்னால்தான்!
கிழக்கா, மேற்கா, வடக்கா, தெற்கா;
எங்குதான் நீ இல்லை!
வாஸ்கோடகாமா வந்து சேர்ந்ததும்
கொலம்பஸ் கிளம்பி சென்று சேர்ந்ததும்
ஆர்டிக் வட்டத்தில் அகல் ஆய்வுகளும்
அண்டார்டிக் மீது ஆராய்ச்சிகளும்
நீ இல்லாமலா நிகழ்கிறது!
தேடலே நீ தீர்ந்து விடாதே!
தேடல் இனமே நீ சோர்ந்து விடாதே!

-உடுமலை பார்த்திபன்

கண்களில் தேடல்
காதல் மலரும் முன் :

உன்னைப் பார்த்தே உன்னழகில் என்னை மறந்தேன்
உன்னழகை என் காதல் வரிகளில் பூட்டிடப் பார்த்து
உன் விழிகளில் கரையாமல் நிற்கின்றேன் என்செய்வேன்
உன்னழகு என்னுடன் என்கற்பனையை சிறைபிடித்தது
வெறும் ரசிகனாய் உன்முன் நிறுத்தியது
எம்மொழியும் உனக்கு அடிமையடி கண்ணே....
புதுமை கவிஞனும் இப்போது உந்தன்
அழகின் மௌன ரசிகன்.....!!

கண்களில் தேடல் முடிகையில் :

கான மயில் ஆட
காதலன் மனம் உனைத் தேட
காணாத கண்களை உன்னிடம் கண்டேன் காதலியே
கருவறை இருட்டின் சுடர் ஒளியாய்
நம் காதல் மலர
உன் பாதம் பட்ட இடமெங்கும் என்
கண்கள் உன்னை தேடியது
காலம் கடந்து சென்றதும்
கிளப் பருவம் வந்ததோ
கலங்காதே காதலியே
கண்ணீரில் காவியம் கண்ட காலம் தொட்டு
காலம் முழுதும் கை கோர்ப்போம் வா காதலியே

-கருப்புசாமி ராஜா

பொறியியல் மாணவன் என்னும் நான்

முதல் தேடல் (வேலைவாய்ப்பு)
பொறியியல் மாணவனுக்கு தேடியும் கிடைக்காத வேலை;
பின்னர் கிடைத்தும் பிடிக்காத வேலை.

பிடித்தது கிடைக்காமல் கிடைத்தது பிடிக்காமல் போன சில காலம்;
பின்னரே புரிந்தது வாழ்வின் ஆழம்

குழந்தை பருவத்தில் வேண்டாமென்று தூக்கி எறிந்த உணவு; இன்று
உணவிற்காக அவனிடம் கைகட்டி வாழும் என் கனவு (அவன் - முதலாளி)

அடுத்த தேடல் (கல்யாணம்)
கல்யாணத்திற்கு ஆயிரத்தெட்டு கேள்வியுடன் எனக்கு பிடித்தவள் கைகளை.
பிடிக்காவிடாத அவளின் தந்தை;
இன்று என் அம்மா எனக்காக பார்த்த பெண்ணுடன் சென்ற சந்தை;

அடுத்த தேடல்(குழந்தை)
குழந்தை என்றாலே சிரிப்பு,பெற்றெடுக்க பெரும் தவிப்பு,குழந்தை அமைவதிலும்
வெறுப்பு,குழந்தை பெற்றவுடன் வந்த பொறுப்பு,
வங்கிகளில் ஆரம்பம் ஆனது கணக்கு களின் இருப்பு.

குழந்தை வளரும் வரை இன்பமே, வழந்த பிறகு வளரும் சிறிய துன்பமே,அவர்கள்
வாழ்வை நன்றாக அமைக்க அதிலும் ஒரு தேடல்

தேடி தேடி என் வாழ்கையும் தேயிந்தது !

அனைத்தையும் தேடி கண்டறிந்தேன் என் கனவுகளை தவிர!

- உங்கள் நான்
இவனின் கிழிஞ்சல்கள்
தரணி ❤😊

தேடல்

அடுக்குமாடி குடியிருப்பின்
இடுக்கில் வாழும்
ரெட்டை வால் குருவி ஒன்று
மொட்டைமாடி வெளியில் நின்று
சுற்றி சுற்றி எடுக்கப்பட்ட
நூற்றுக்கும் மேற்பட்ட புகைப்படங்களில்
ஏதோ ஒன்றில்
எதர்ச்சியாய் பிடிபட்டது..

தெருவோரம்
இறுக மூடப்படாத
இரும்புக் குழாயினூடே
நிற்காமல் சொட்டிய நீர்
புற்களுக்கு அருகே
புற்றில் வாழும் எறும்புகளுக்கு வெள்ளப்பெருக்கு.....

ஆடி மாத திருவிழாவில்
ஓடி விளையாடி
கூடிப் பாடிய களைப்பில்
தேடிப் பெற தெம்பில்லாமல்
ஜோடியாய் தொலைந்தது செருப்பு...

ஒத்த ரூபாய்க்கு மல்லுக்கட்டி
கொத்தாக வாங்கி
சத்தெல்லாம் உறிஞ்சி
மொத்தமாய் ஒதுக்கப்படுகிறது
கறிவேப்பிலை......

இவை போல்
பெரிதாய் கவனிக்கப்படாதவை பட்டியலில் நானும் இடம்
பெற்றுவிடக்கூடாது
என்பதால் தான் என்னவோ....
இன்னமும் தேடிக்கொண்டிருக்கிறேன்.....
இனியும் தேடிக்கொண்டிருப்பேன்.....
கவிதை என்னும் பெயரில் வாழ்க்கையை.......

-தனலட்சுமி சந்துரு

காலம் நேரம்

மானுடக் காலன் கடவுளாய், நொடிப்பொழுதில் உதித்து
மரிக்கச்செய்யும்,
நடந்தால் உளதென்றும் நடவாமல் போனால் நாத்திகம்
பேசச்செய்யும்,
பிறந்து புரியும் பாவபுண்ணியத்தின் பிண்ணனி
காலநேரமேயன்றி
கடவுள் அல்லன்,
அழிவின் விளைவே ஜனனம்...
அதில் காலத்தின்
அவிழும் முடியே மரணம்,
முடியவிழாமல் காத்து நின்றால்
அவர் காலத்தை வென்றே பிரயாணிப்பார்,
மறைமுக உருவின் அன்பில் தொட்டு
மாசற்ற பக்தியை உணர்த்தி வைக்கும்,
சிந்தை பிறந்து உயிர் சிதையும் வரையில் எவர்க்கும்
நின்றிடாமல் சென்றிடும்,
எட்டு வைக்கும் அடிமுதல் அவரை எடுத்தெறியும் காரியம்
வரை நின்று எடைபோட்டிடும் கருவி காலம்..
ஊர்ஜிதமில்லா விதியிடையில் உன்னையறியின் நீயே
கடவுள்.

-தருண் அம்பலவான்

தேடல் காப்பீடு

ஓ தீரா தேடலே!
கொஞ்சம் நில்
இலக்கணம் கொடுத்த சாபத்தில்
தகாரத்தை தேடும் வேகத்தில்
ஈறுகெட்டு எதிர்மறையாய் பெயரெஞ்ச நிற்கும் தீரா
தேடலே!
இன்னும் பலருக்கு நீ தீரா தேடலே
இன்று கொஞ்சம் என்னுள் நீ தீராமல் தீர்ந்ததால்
திரும்பிய திசையெல்லாம் பிறந்த கவிதை இது
இதைக் கொஞ்சம் கேள்
பிறந்த கவிதையிடம் நலம் கொஞ்சும் கவிஞனின் தீரா
தேடல்
பிரசவம் முடிந்த தாய்மைப் புலன்களின் தீரா தேடல்
ஊடல் உலன்ற பின்பு உள்ளத்தின் தீரா தேடல்
காமம் முடிந்த பின்பு காதுகளின் தீரா தேடல்
இளம் பருவத்தில் பார்வை இழந்தவனின் தீரா தேடல்
மாதவாடகை கொடுத்து சலித்தவனின் தீரா தேடல்
வாய்ப்பு இருந்தும் மறுத்தவனின் தீரா தேடல்
உழைத்த பணத்தை மொத்தமாய் தொலைத்தவனின் தீரா
தேடல்
தனது முதல் மேடைப் பேச்சு பாதியிலே
நிருத்தப்பட்டவனின் தீரா தேடல்
அடுத்தநொடி எதிர்பார்ப்பில் ஆம்புலென்ஸ் ஓட்டுனரின்
தீரா தேடல்

கொஞ்சம் உணர்ச்சிவசப்பட்டதால் காமம் கசிந்த
காதலரின் தீரா தேடல்
கன்னியாஸ்திரியான அவன் முன்னால் காதலியின் தீரா
தேடல்
அசதியாய் வந்து படுத்த அம்மாவின் தீரா தேடல்
கவிச்சி வாசம்பிடித்த பார்வை இழந்த பூனையின் தீரா
தேடல்
காதலிக்க மறுத்த விபச்சாரியின் தீரா தேடல்
கற்பழிக்கப்பட்ட கைக்குழந்தையினது அன்னை
கரங்களின் தீரா தேடல்
தாளம் கற்க மறுக்கப்பட்ட குட்டைவிரல் கொண்டவனின்
தீரா தேடல்
அலுவல் முடிந்தும் அடிவயிறு கணக்கும் அதிகாரியின் தீரா
தேடல்
கற்பனை கற்பகமாய் இருந்தும் கவிதையெழுத
மறுத்தவனின் தீரா தேடல்
எழுதப்படாத புத்தகங்களின் பாரத்தில் எழுத்தாளனின் தீரா
தேடல்
சிலையின் கண் திறப்பு காத்திருப்பில் முடமான சிர்ப்பியின்
தீரா தேடல்
இறுதியாய்
மானத்திற்கு பயந்து ஊனமாய் இருக்கும் பல
உண்மைகளின் தீரா தேடல்
என்ன தேடலே
என்ன சொல்லவந்தேன் என்று புரிந்ததா
புரிந்திருந்தால் காப்பீடு செய்துவிட்டு போ
இப்படிக்கு......
உனது தேடல் காப்பீட்டின் ஆயுள் சந்தாதாரன்

-தமிழணங்கன்

வாழ்க்கை தேடல்

ஏதோயொரு காரணத்தோடே கடவுள் மனிதனை
படைத்தான் பூவுலகில்
தனக்கான அடையாளத்தை காண்பதே இலக்கானது
மனிதனுக்கு
துன்பம் என்பது தூசி போல இலக்கை அடைந்து விட்டால்
துன்பம் என்பது தேயாது போனால் மனித மனம்
ஓய்ந்த காய்ந்த தனிமரமாய் வாடிவிடும்
துவளாமல் இருக்க தன்னம்பிக்கையே அருமருந்து
தேடல்கள் நோக்கி அடியெடுத்து வைக்கும் தருணமே
வாழ்வின் தொடர்ச்சியின் புரிதலாகிறது..
தேடல் தொடராது உழைப்பு இல்லையேல்
அனுபவத்திற்கென தொடங்கப்பட்ட புது வகுப்புகளே
தேடல்களாய்
தேடலில் தான் அறிந்தேன் தொலைத்து விட்டோம் பல
பாடங்களை என்று..
கற்றேன் கற்பித்தேன் தேடலில் அவசியத்தை
தேடலின் அவசியமே அனுபவம் ஆகிறது
உனக்கான இலக்கை அடைய பல அனுபவமே
உதவியயாய் நிற்கும்
அனுபவம் நிச்சயம் ஒவ்வொருவருக்கும்
அடையாளத்தை பெற்றுத் தரும் தேடலின் போது

-கவிஞர் மகாலட்சுமி ராக்கியப்பன்

பேரின்ப தேடல்!

தேடுவதற்கு எத்தனையோ!
இப்பிரபஞ்சத்தில் இருந்தும்
என் தேடல்களில்...
நீயே! நிறைந்திருப்பதன்
அர்த்தம் என்ன!
என்னிடம்...
உன்னுளிருந்த எதை
தொலைத்து போனாய்?
உன்னை நான்
எனைமறந்து தேட ...
சத்தியமாய்ச் சொல்கிறேன்
நிச்சயமாய்.
இந்த தேடலில் நான்
எதையும் அடைய வேண்டாம்.
இந்த ஆத்மார்த்தமான தேடல்
இப்படியே நீளட்டும்...
"எனக்கே எனக்காய்
இத்தனை அன்பை!
கொட்டி கொடுக்க
எங்கிருந்து வந்தானோ!
என்னவன்" என்று
எண்ணமெல்லாம் இனிக்க இனிக்க...

இதயம் முழுதாய்
இன்பத்தால் நிறைந்திருக்க...
உணர்வெல்லாம் பூரித்திருக்க...
என் வாழ்வின் அந்தம் வரை
காமம் கடந்த நம் காதலில்
இந்த பேரின்ப தேடல்
இனிதே தொடரட்டும்...

....

எனதான தேடல் அத்தனையிலும்
என்னவனே...
நீயே என் தேடுபொருள்
உன்னை முழுதாய்
தேடித் தொலைகயில்...
என்னை முழுதாய் பெற்றதாய்
பேரின்பம்..! கொள்கிறேன்.

--ஷா குமார் (சாந்த குமாரி)

தீரா தேடல்கள்

எதையோ தொலைத்தது போல்
எதையோ இழந்தது போல்
ஆண்டு பல கழித்து கிடந்தேன்...
புன்னகையும் உண்மையாய் இல்லை
கண்ணீரும் கட்டாயமில்லாமல் வந்ததில்லை...
இதயம் நன்றாய் நடித்துக் கொண்டிருந்த நாட்கள் அது!
மீண்டும் என் வாழ்வில்
வீசுமா வாசம் நான் தொலைத்த அந்த மலர்கள்?!
புன்னகை வீசுமா நான் தொலைத்த அந்த கண்கள்?!
தூக்கமும் கற்பனைக் கதையாகியது!
துக்கமே நிரந்தரமென ஆகியது!
எதையோ தேடி கொண்டே அலைந்தேன்!
என் தீரா தேடல்களின் விடையாய் கிட்டினாள் அவள்!
உதிர்ந்த என் மலர்களின் வாசத்தை மீட்டாள் அவள்!
அனுபவிக்கா என் வசந்தங்களை
ஒரு சேர கொடுத்தாள் அவள்!
என் தேடலின் முடிவும் அவள்!
என் ஊடலின் பிறப்பும் அவள்!
எதையோ தேடி அலைந்த என் மனது
அவளே பதில் அதற்கெல்லாம் என்றது!
ஆம்!
உண்மை தான்!
அவளால் தான் அகமும் மகிழ்ந்தது!
விழியும் கண்ணீர் வடித்தது!
அவளுக்காக தானே என் தீரா இத்தேடல்?!!!

- தாரா

தொன்னூறுக் கொன் பேறுகளின் கைக்கிளை

கடிதாசி கையெழுத்தில் காதல் எழுதி
கசக்கி எறிந்த கடிதங்கள்
கண்பேசி களைத்ததில் காலம் கடத்தி
கல்லறை கண்ட காதல்கள்
கவிபேசி கற்றதமிழ் காதில் நவிலாது
காவியமாய் கலைந்தக் கதைக்களங்கள்
கைபேசி குறுஞ்செய்தி கானல் நீராக
காற்றில் கரைந்த காதல்வரிகள்
கால்வாசி கடித்த காதலியின் காவிக்கண்டை
களவாண்டு களித்த காலங்கள்
காற்றுவீசி கடலலை கரைதொடும் காட்சியாய்
கண்ணமுரசிய காதலி துப்பட்டாக்கள்
கதிர்வீசி கடிகாரக் கண்ணாடிவழி கண்கூசி
காதலி கவனமிழுத்த கணங்கள்
கடும்பசி கலைக்க கடற்பாசி குடித்தாற்போல்
காதலி கையெழுத்தை கட்டியணைத்தல்
கைவீசி கடற்கரையில் கால் உரசி
கரம் கோர்க்கும் கனவலைகள்
கதைபேசி கண்ணுறங்கா காரிருள் கங்குல்வரை
கலகலவென கதைக்கும் கற்பனைகள்
கருத்தூசி கண்டிப்பு கட்டுப்பாடு கட்டிப்போட
கைக்கிளையாய் கடந்த தொன்னூறுக்
கொன் பேறுகளின் காதல் காலத்திற்குமொரு
"தீரா தேடல் "

-தாமோதரன்

ஒரு பெண்கிளியின் தேடல்

கரைகாணா அலைகளென
ஆழ்கடலில் திரிகின்றோம்!
திக்கும் தெரியாமல் திசையும் புரியாமல்

வாலறுந்த விண்மீனாய் உலவுகின்றோம்
பூமியில்!
பட்டம்பூச்சிகளோ பாருலகையும் ஆண்டிடவே
சில பச்சைக்கிளிகள் மட்டும்
ஜன்னலுக்கு பின்னே!
பாசமென்ற பாசக்கயிற்றில்
சிறைபட்டுக் கிடப்பதால்,
பறக்கத் தெரியாமல் முடங்கிடவுமில்லை,
முடங்கிக் கிடப்பதால் இயலாமையுமில்லை!
இறக்கைகளை அறுத்தெறிந்து
பறந்துவரச் சொன்னால்
பாவமந்த பெண்கிளிக்கு
நடந்திடத்தான் முடியுமோ?
ஆசைகளும் தேடல்களும் ஆயிரமுண்டெனக்கும்!
அதை மாங்கனியும் பொற்கூண்டும்
தடுத்திடலாகாது!
வாய்மூடிக் கிடப்பதால் கல்நெஞ்சுமல்ல !
வாய்திறந்து கேட்பதால் அகம்பாவமுமல்ல!
தடையொன்று இட்டதால் சரியென்று வாழ்வது,

ஆண்டுகள் பலவற்றாய்
நாம் பொழிந்த அன்பிற்கு!
இனியும் அடைந்து கிடப்பேன்
இந்த பொற்கூண்டினுள்ளே!
என் தேடல் வலியறிந்து
நீராக என்னைப் பறக்கச்சொல்லும்வரை.
அன்றைய நாள் தொடர்வேன்
என் வாழ்வின் தேடல்களை!

-சு. பாத்திமா ஹம்தா

தீரா கனவுகள்

கண்கள் தேடிடும்...
பார்வை உள்ளவரை!!!
விரல்கள் சிலுத்துப் போகும்...
பேனாவைத் தொடும்பொழுதில் எல்லாம்!!!
மனம் ரசித்திடும்...
அவள் எழுதும் வரையில்!!!
ஒருபுறம்,
அம்மனம் ஏங்குகிறது...
இத்தேடல் நிறுத்தப்படக் கூடாது என்று!!!
மறுபுறம்,
அவன் தொட்டு பேசுகையில்...
கன்னம் சிவக்க..!!
அவன் கைப்பிடிக்கையில்... தோள் சாய...!!
என் விரலை பார்த்து...
மகிழ்ச்சி கொள்ள...!!
என் கழுத்து நெளியும் நாட்களைத் தேடிப் பயணம்
செல்கிறது...
இவ்வுயிர்..!!!
எதுவும் தொட்டுவிடும் உயரத்தில் இல்லை...
உன்னை உயரமாக்க...
அது உயரமாகிக் கொண்டே செல்கிறது!!!
பிறவிப்பலன் அடைய
தேடல்கள் யாவும் நீளுமே...!!!
இம்மூன்றிலும்,
தீராக் காதல்...
தீரா ஆசை...
தீராக் கனவுகள்...

-கிருத்திகா முத்துசாமி

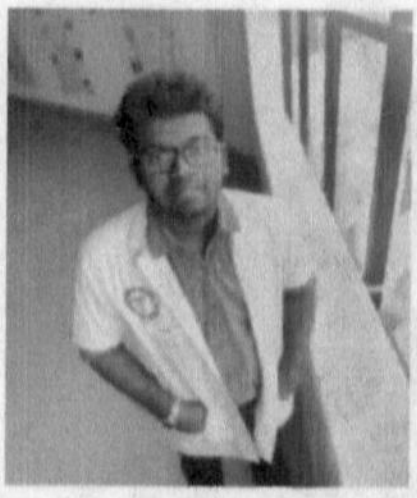

நிம்மதி

தமிழ் கவிஞருக்கு நற்றமிழ் நிம்மதி

உண்மை காதலர் கைக்கூடினால் நிம்மதி
பிரிவினைநாய்கள் மாள்வது உலகின் நிம்மதி
கூடி வாழ்ந்திட மனதில் கோடி நிம்மதி

பொய்கள் தவிர்த்தால் மனதின் நிம்மதி
மனசாட்சி மகிழும் வாழ்வு உண்மை நிம்மதி
பெண் முன்னேற்றம் குடும்பத்தின் நிம்மதி

பாதிக்கும் மக்களுக்கு உடனடி நீதியில் நிம்மதி
அநீதிக்கெதிராய் குரல் கொடு-நீதிக்கு நிம்மதி
தன்மக்கள் செழித்தல் ஈன்றோர் நிம்மதி

மனம் நிறைய அன்பு கொள்வது நிம்மதி
எடுத்து செல்வது எதுவுமில்லை
உண்மை உணர்ந்தால் உனக்கு நிம்மதி

பணமுதலை பல படுத்திவிட்டால்
பல ஏழை வயிற்றில் நிம்மதி
முயல்வோர் திறமைக்கு அங்கீகாரம் நிம்மதி

நரை வயதிலும் காதல் துணை நிம்மதி
பணம்,பதவி,புகழ் மும்மாயை கடந்தால் நிம்மதி
லட்சியம் நீ எட்டினால் நிம்மதி
உலகுயிர் நல்வாழ்வுக்கு என்றும் அன்பே நிம்மதி

-கா.ர.நிமல்ராஜ்

அம்மா!

இன்றியமையாதவள் அம்மா
இயற்கை ஏதும்வரை புரிவதில்லை
அவள் இல்லாத வெற்று இடைவெளி
காற்றின் கனத்தை
இமையின் நொடிக்கு நூறாய்
இதயம் அரவணைத்தாள்
இன்பதுன்ப வகையறியப் பயிற்றுவித்தாள்
தன் உதிரம் உணவாக்கி
தன் உடமை எனதாக்கி
தன் கனவை பாழாக்கி
என் கனவை எளிதாக்கி
கைப்பிடித்து கரைசேர்த்தாள்
அவளை தீக்கிரையாக்கி
திங்கள்தோறும் தீம்பண்டங்கள்
படையல் செய்து கடமையாறுகிறேன்
ஊரார் முன்னே முதலை கண்ணீர் வடித்து
ஆற்றமுடியா நன்றிக்கடனை
நிறைவேற்றியதாய்
அகமும் புறமும் ஏமாற்றிக்கொண்டு
அம்மா என்றுமே புரியாத அதிசயம்!....

-சு.ப.பிரேமிகன்

அன்பின் தேடல்

சிகர பந்தங்களை விட்டு விலகினோம்!
சில நேர வானவில்லை தேடினோம்!
மனதில் விதைத்த விதைகள்!
மரமாகுமென நினைத்த கனவுகள்!
அன்பெனும் பறவையைப் பறக்கவிடு!
அதன் எதிர்ப்பார்ப்பை மறந்துவிடு!
பிரியும்போது துன்பம் ஒன்று!
புரியும்போது இன்பம் நூறு!
காகிதங்கள் இருந்தும் பயனில்லை!
காதலுக்கு இணைவே றேதுமில்லை!
தாகங்கள் தீர்க்கும் ஆருவம்!
தாயின் அன்பிற்குண்டோ அருவம்!
இன்றுமே தீரா தேடலின் அம்பு!
என்றுமே மாறாத ஒன்று அன்பு!

-விஸ்வா

வாழ்க்கையின் தேடல்கள்

கருவறையில் இருந்து
கல்லறை வரை தொடரும்
ஒரேபயணம் தேடல்
நிரந்தரமில்லா உலகில்
நிரந்தரமானது தேடல்
அறிவியல் வளர்ச்சியால்
உலகமும் நாமும் உயர்ந்தோம் விவசாயமும்
இயற்கையும் தாழ்ந்தது
உழவனின் நண்பனாய் செம்மண் வாசம் வீச வளமாய்
சொர்க்கத்தில் வாழ்ந்தோம்...
இன்றோ கலப்படமான செயற்கை இயந்திரமாக
நரகத்தில் கிருமிகளாய் வாழ்கிறோம் ....
தொலைத்துவிட்டு தேடி அலைகிறோம்
உண்மையில் நாம் - ஏமாளிகளே !!!
உறங்கும் நேரத்தில் முகநூலில்
உலவுகிறோம் - அருகில் இருப்பவர்களை விட்டு
அயல்நாட்டில் இருப்பவர்களோடு பேசி
மகிழ்கிறோம் - பொய்யாக
மெய்யில் தொலைக்கிறோம் கைப்பேசியால் !!!
என எண்ணற்ற கருத்துக்களை
அடுக்கிக் கொண்டே போகலாம்
வாழ்க்கையின் தேடல்களாய் ...
மறுப்பதற்கில்லை !!!

-பா. சுமிதா

இயற்கையின் தேடல்

இயற்கை எழில் மிகுந்த மலையை
வெடி வைத்து சிதைத்தெடுத்த அங்கங்ளை
நான் பொலிவிழந்து
தேடுகின்றேன்
கண்டேன் என் அங்கங்களை
வானுயர்ந்த மாடி கட்டிடமாகவும்
தார் சாலைகளாகவும்
தொழிர்சாலைகளாகவும்
பணம் கண்ணைமட்டும் அல்ல மலையையும்
கறைக்கின்றது
இயற்கையை அது சிதைக்கின்றது

மழை நீரின் தேடல்
தெரு ஓரங்களிலும் சாலை வழியெங்கும் ஓடுகின்றேன்
நான் தங்கிய இடத்தை தேடி
குளம் குட்டை ஏரி பெருங்கடலில் எனை சேர்த்த
ஆற்றினையும்
காணும் இடமெல்லாம் மக்கள் வீடாகி போனது
நான் தங்க இடம்மில்லாமல் ஆனது

விலங்குகளின் பறவைகளின் தேடல்
வனத்தில் வான் மனம்போல் ஆட்டம்போட்டு சுற்றிதிரிந்த
எங்களை
சிறைபிடித்து வைத்த இடத்திற்கு உயிரியல் பூங்கா என
பெயர்வைத்து விட்டது

அளவுசோறும் அரைவயிறும் உணர்வுஇல்லாமல் போனது
சுதந்திரத்தை தேடி தேடி
எங்கள் சிறைவாசம்
மிக மோசமாக ஆனது

மண்ணின் தேடல்
ஆடு மாடு சாணம் போட்டு ஏரி தண்ணி நீர்பாய்ச்சி ஏர் உழுது
நெல்விதைத்து நாற்றுநட்டு களைபறித்து பச்சைப் பசு
நிலமெல்லாம் உயரகட்டிடமானது
தொழிற்சாலை நகரமானது
இரசாயன கழிவு நீராலே மண்ணும் நஞ்சானது

மேனிமறைத்த ஆடையின் தேடல்
கிழிந்த துணியை
அங்கம் மறைக்க ஊசி நூளில் தைத்து போட்டு
ஒய்யாரமாய் மானம் காத்து வாழ்ந்தது பாட்டன்
முப்பாட்டன் காலத்துல

புதிய துணியை அங்கம் காட்ட பல வடிவம் வச்சி கிழித்து
உடம்ப காட்டுரது
இந்தகாலத்துல அன்னிய மோகத்துல

பார்வை மாற்றுத்திறனாளி மனிதனின் தேடல்
விழியில்லாமல் வழி தேடினேன் வாழ்க்கையின் விடியலுக்கு
பல விமர்சனம் செய்தவர்களின் மத்தியில்
பல அவமானங்களை நெஞ்சில் சுமந்து
என் நம்பிக்கையை கையில் ஏந்தி
ஓர் நாள் விடிந்தது
பொழுது மட்டும் அல்ல என் வாழ்வும்தான்
கற்ற கல்வி என்ற ஆயுதத்தால்

இயல்பான மனிதனின் தேடல்
எண்ணங்களின் ஆசையே மனிதனின் தேடல்
தேடலும் ஓர் சுகம்தான்
தேடியது கிடைத்து இழக்கும் வரை

நிலையில்லாத உலகில்
நிலையில்லா சுகங்களை தேடும்போது
சுகமும் சுமைதான்
மனிதன் மண்மகள் காணும் வரை
தேடலும் ஓய்வதில்லை....

-வீ.புஷ்பராஜன்

கற்றது தோல்வி

வாழ்க்கையை தொலைத்துவிட்டேன் !
கவிதையென்ன , புத்தகமென்ன...
கடுகாக நோக நினைத்தேன் நிழலானது...
கடலாக வாழ நினைத்தேன் கனவானது...
கனவுக்கடலிலும் மிதக்கவில்லை என் வாழ்க்கைப்படகு...
அழைந்தேன் , தொலைந்தேன் , அனைத்துமாக
வாழ்ந்தேன்...
அடங்காத ஆசைப்போராட்டம் அடையவில்லை,
முடியவில்லை...
தோற்ற என் நேற்றைய வாழ்வை மீட்ட எண்ணி மீண்டும்
தோற்கிறேன்...
என் நேற்றைய தோல்வி உன்னதமானது ,
நாளைய தோல்விகளிலிருந்து என்னை
காப்பாற்றும் ஓர் அடவுக்கலைஞன்...
நேற்றைய தோல்வியை மறந்துவிட்டேன்
நான் இன்றைய வாழ்வை உணர்ந்துவிட்டேன்...
இன்றும் தோற்றால் எனக்கென்ன நாளைய கோட்டையில்
கால் பதிப்பேன்...
முடிவில்லா இந்த ஆத்மாவுக்கு முடிவுரை எழுத வெற்றி
தேவையே , நான் பாவியே...
புது வானம் , புது நிலவு தோல்வியை எரித்துவிட்டு
பிறந்துவிட்டேன்...

-முத்துசாமி

துரத்தும் வறுமை

தொடுதூரம் இருந்தும்
தொடப்படாத இலக்கு !
அதிதம் பெற்றும்
போறாத நேரம் !
சுற்றார் சூழ்ந்தும்
சூழும் தனிமை !
கிட்டியதெனினும்
புரியா காதல் !
எதிர்பாரா நேரத்தில்
எதிர்பட்டு விட்டுச்செல்லும்
நீளா நட்பு !
குறுதியின் வழிவந்தும்
ஒன்றாத உறவு !
பேராசை தூண்ட
துரத்தும் வறுமை !

-சூரிய முகிலன் கி

தீரா தேடலாய் நீ

மலை அடிவாரத்தில் குன்றின் ஓரத்தில் ஓர் மரத்தில்
தேனனெடுத்த பொழுது பார்த்ததில்லையா?
காட்டில் துள்ளித் திரியும் மானைப் போல்
மையை மேய்த்த பொழுது பார்த்ததில்லையா?
வனப்புமிக்க மயில் கூந்தல் விரித்தாடுவது போல்
கழனியில் களைப்பறித்த பொழுது பார்த்ததில்லையா?
ஒய்யாரமான படகில் ஓதவனக் கீதத்தில் அன்னத்தைப்
போல்
பாடிக்கொண்டு அவிலியைப் பிடித்த பொழுது
பார்த்ததில்லையா?
பாலைவனத்தில் பாதைத்
தெரியாமல் திரிந்த இப்பித்தனிடமிருந்து
மனதை வழிப்பறித்த பொழுது பார்த்தில்லையா?
வேறு எங்கு தான் பார்த்தேன்
உ(ன்)னை
என் சிந்தையிலா...
தீராத தேடலாய் நான் உன்னை தேடுவதை என்று தான்
அறிவாயோ நீ?..

-பூமிகா. P

மனிதம்

தூக்கியெறியப்பட்ட பச்சிளங்குழந்தையின்
தீராத் தேடல் தாய்!
கைவிடப்பட்ட முது வயதினரின்
தீராத் தேடல் அரவணைப்பு!

அரவணைப்பற்ற உள்ளங்களின்
தீராத் தேடல் அன்பு!

இடைநின்ற மாணாக்கர்களின்
தீராத் தேடல் கல்வி!

பாசங்களை மறந்த மனிதத்தின்
தீராத் தேடல் பணம்!

பதின் பருவத்தினரின்
தீராத் தேடல் உண்மைக்காதல்!

எழுபருவப் பெண்மையின்
தீராத் தேடல் பாதுகாப்பு!
ஜனநாயக அரசியலில் சாமானிய மக்களின்
தீராத் தேடல் சிறந்த தலைவர்!

இப்புவி வாழ் சக உயிர்களின்
தீராத் தேடல் மனிதநேயம்!

மனிதம் மறந்த மனிதனே...
சற்று நிமிர்ந்து நீ வாழும் சமூக நிலையை பார்!

உன்னுள்ளே தான் புதைந்துள்ளது
சக உயிர்கள் தேடும் மனிதம்.!
எல்லா தேடலின் எல்லையும் மனிதமே..!

நல்லதொரு சமூகத்தை உருவாக்கிட
புதையுண்டு கிடக்கும் மனிதநேயத்தை
தேடியெடுத்து மனிதராய் மாறுவோம்.!
மனிதம் போற்றுவோம்..!
இப்படிக்கு
உங்கள் வருகைக்காக
தீராத் தேடலின் எல்லையில்,

-ஜனா

கண்ணிருண்ட காலம்.

காலமடா காலம் இது கண்ணிருண்ட காலம்
கசப்புகள் பல சகித்து சகித்து ஓய்ந்ததடா ஞாலம் .

கல்வி கற்க போறவனெல்லாம் பழக்கமாக்கிக் குடிக்குறான்.
பகுத்தறிவு எதுவுமின்றி குடியே வழக்கமாகக் கிடக்கிறான்
மதியிழந்து மங்கையர்தம் மானம்தனை கெடுக்குறான்.
நட்பு என்று சொல்லிச்சொல்லி ஊற்றி ஊற்றி
கொடுக்குறான்.

மதுகொண்டு மகிழ்ந்தவன் மதியிழந்து கிடக்கிறான்
மதிகொண்டு வந்தவனும் மதுவைத்தேடி தொலைகிறான்
மதுகொண்டு மதிகெட்டு மதப்புகழை பாடுறான்
அத்தோடு நிறுத்தாமல் சாதிப்பசி அடைகிறான்
சாதிப்பசி ஆற்றுவதில் சமத்துவத்தை அழிக்குறான்
சமத்துவத்தை அழித்துவிட்டு சமூகத்தை பழிக்குறான்.

அன்பதனை உணராமல் ஆயிரம் பொய்கள் சொல்லுறான்
பொய் என்ன பொய், அட கொலைக் கூட செய்யுறான்
கொலை என்ன குற்றமா ன்னு கூறின்றி கேட்குறான்
கொள்ளைகளும் செய்வேன்னு உலகிற்கு காட்டுறான்

பணமோகம் கொண்டு பல காரியங்கள் செய்யுறான்
காமம் கொண்டு பெண்ணுக்கு கல்லறையக் காட்டுறான்

தெளிவு இன்றி மயக்கத்தில் வயதும்தனை பாராமல்
வாழும்போதே நரகமதை அனுபவிக்கச் செய்யுறான்

அனுவனுவாய் ஆராத்துயரம் அனுபவித்த போதிலும்
அரக்கர்மனம் மகிழாமல் அனைத்தையும் பறிக்குறான்
ஆதாரங்கள் அழிக்குறான்
ஆனந்தமாய் இருக்குறான்

காலமடா காலம் இது கண்ணிருண்ட காலம்
கசப்புகள் பல சகித்து சகித்து ஓய்ந்ததடா ஞாலம் .

-.ஜாமி.
சென்னை.

வாழ்க்கை என்னும் தேடல்

வாழ்க்கை என்ற ஒருபெயரில் ஆரம்பமாகிறது தேடல்...

குழந்தை பிறக்கும் போது ஒரு தேடல்
குழந்தை பிறந்த பின்பு ஒரு தேடல்

குழந்தையை வளர்க்கும் போது ஒரு தேடல்.
குழந்தையை வளர்ந்த பின்பு ஒரு தேடல்.

படிக்கவைக்கும்போது ஒரு தேடல்.
படித்துமுடித்த பிறகு ஒரு தேடல்.

கல்லூரிபடிக்கும் போது ஒரு தேடல் .
கல்லூரி முடிந்தபின் ஒரு தேடல்.

வேலை தேடும் போது ஒரு தேடல்.
வேலை தேடிய பின் ஒரு தேடல்.

திருமணத்திற்கு முன் ஒரு தேடல்.
திருமணத்திற்கு பிறகு ஒரு தேடல்..

இவை அனைத்திற்கும் முலதனமாய் உள்ள பணம் என்கிற ஒன்றை தேடி
அனைவரின் வாழ்க்கை தேடலிலே முடிவடைகிறது....

குறிப்பு.எங்கு நம் வாழ்க்கையை ஆரம்பித்தோமோ
அங்கேயே முடித்துவிடுகிறோம்..

-ஹருண் முருகேசன்

தீராதத் தேடல்

ஒரு சில ஆசைகள்; ஒரு சில பாஷைகள்
ஒரு சில கனவுகள்;ஒரு சில நினைவுகள்
ஒரு சில இன்பங்கள்; ஒரு சில துன்பங்கள்
ஒரு சில காதல்கள்; ஒரு சில மோதல்கள்
ஒரு சில பார்வைகள்; ஒரு சில போர்வைகள்
ஒரு சில பாதைகள்; ஒரு சில மேடைகள்
ஒரு சில லட்சியங்கள்;ஒரு சில அலட்சியங்கள்
ஒரு சில போதைகள்;ஒரு சில தேவைகள்
ஒரு சில ஏக்கங்கள்;ஒரு சில தாக்கங்கள்
ஒரு சில சோகங்கள்;ஒரு சில துரோகங்கள்
ஒரு சில மாற்றங்கள்;ஒரு சில ஏமாற்றங்கள்
ஒரு சில காலங்கள்;ஒரு சில நேரங்கள்
என ஒவ்வொரு நொடியையும்
ஒவ்வொரு மணித்துளியையும்
வாழ்க்கையின் தொடக்கம் முதல்
முடிவு வரை கடக்கிறோம் ஒருத்
"தீராதத் தேடலாய்"

- ஷான்.ஜி (shan.g)

அவளுக்கான தேடல்

பார்க்கும் முன் பழகும் முன் நான் காதல் செய்கிறேன்
நிறம் தெரியாமல் முகம் அறியாமல்
குரல் கேட்காமல்
காதல் கூட சொல்லவில்லை இருந்தும் காதல் செய்கிறேன்
உன்னை வர்ணித்து உனக்காக நான் எழுதிய
கவிகள் யாவுமே
இன்னும் முற்றுபெறவில்லை
காத்திருக்கிறேன்..
நீ வருவாய் என்று எல்லா திசைகளிலும் பார்த்திருக்கிறேன்
என்றாவது ஒரு நாள் என் கண் முன் தோன்றுவய் என்று
சிறு சிறு தனிமைகளிலும் வலி வரும் தருணங்களிலும்
மருந்தாக உன் நினைவுகளை அடக்கொள்கிறேன்
வலி மறந்து நான் இறக்க துணியும் நேரங்களில்
என்றாவது உன் மடி மீது
கிடைக்க போகும் ஒரு சின்ன
உறக்கத்திற்காக காத்திருக்கிறேன்
சொந்தங்கள் தொட்டு தூக்கியதில்லை
உறவுகள் என்னை உறவுகொண்டாடியதில்லை
கண்ணீரும் உன் நினைவுமே அனுதினமும்
என் நாட்கள் நகரகிறதே
பலரின் காதல் தொடங்க நான்
எழுதிய கவிதைகள் காரணமாய் இருக்க
என் காதலை மட்டும் ஏனோ தினமும்
காற்றில் தேடினேன் அன்பே

என் கவிகள் யாவும் உயிர்கொண்ட
ஒரு பெண்ணிற்காக அல்ல

என்றுன்றும் உருவமில்லா
ஒரு கற்பனையான பெண்
அவளே என் திரா தேடல்
அவளே என் வாழ்வில் எல்லாம்......

-Anish.V

அடங்கமறுக்கும் வாழ்வின் தேடல்

வாழ்கையின் தேடல் வார்த்தையில் அடங்காது இங்கு,
வறுமையின் தேடல் வசதி வந்தாலும் அடங்காது என்றும்.

மழைத் துளியின் தேடல் ஆறு கண்டதும் இங்கு,
மணித் துளியின் தேடல் மாறுபட்டது என்றும்.

சுழலின் தேடல் காற்றுடன் கலந்தது இங்கு,
சொல்லின் தேடல் கவியுடன் இணைந்தது என்றும்.

மண்ணின் தேடல் மலையாய் நிமிர்ந்தது இங்கு,
பெண்ணின் தேடல் பேரழகியாய் சொலித்தது என்றும்.

மோளத்தின் தேடல் அடியுடன் முடிந்தது இங்கு,
மேகத்தின் தேடல் இடியுடன் அடைந்தது என்றும்.

இளமையின் தேடல் இணையினை கண்டது இங்கு,
இனிமையின் தேடல் இருவரை இணைத்தது என்றும்.

இரவின் தேடல் வெள் விடியலை கண்டது இங்கு,
இரு விழி தேடல் நல் உறவினை வளர்த்தது என்றும்.

முதுமையின் தேடல் பொரறுமையை காத்தது இங்கு,
புதுமையின் தேடல் பெரும்புகழினை தந்தது என்றும்.

தமிழின் தேடல் பல தலைமுறை கண்டது இங்கு,
தமிழரின் தேடல் தரணியை ஆண்டது என்றும்.

ஆசையின் தேடல் மாறுதலை கொண்டது இங்கு,
அன்பின் தேடல் மட்டும் ஆறுதலை கொணர்வது என்றும்

என்றென்றும் தேடல் தேடுதல் தேடுதலே...

-I.Aro Jenic

வாழ்வின் தேடல்கள்

வாழ்வின் அர்த்தம் அறிந்திடத் தேடு
வாழ்க்கை புரியும் நிற்காமல் ஓடு
உயர்வு வந்தால் பணிவைத் தேடு
உறவை வளர்க்க அன்பை நாடு
துரோகம் இல்லா நட்பைத் தேடு
அயற்சிகள் இல்லா முயற்சிகள் தேடு
நிந்தனையிலே நல் சிந்தனைத் தேடு
இளமையே நல் ஒழுக்கம் தேடு
தவறுகள் திருத்த வழியைத் தேடு
தடுக்கி விழுந்தால் எழுந்து ஓடு
தட்டினால் தான் கதவுகள் திறக்கும்
தேடினால் தான் வேண்டியது கிடைக்கும்
தேடல் என்பது முடியும் வரை அல்ல
தேடிய ஒன்று கிடைக்கும் வரை.

Bharathippriyan.D

மனப்பித்து

இருப்பிடத்தை இரவல்வாங்கி பால்விற்கும் கறவைப்பசு
தொழில்மறந்து பால்மறுத்தால் இறைச்சிக்கடைக்குச்
சென்றிடுமே

நிலையில்லா நிலவுலகில் நிமிடமும் நிரந்தரமில்லை
நிகழ்காலம் கடந்தபிறகு நிதர்சனத்தில் மாற்றமில்லை
புதையல்தேடி அலையும்தீவில் புதைமணலில்
சலனமில்லை
மாறமுயலா மனிதமனத்தில் மாற்றமென்றும்
நிகழ்வதில்லை

புகழின் பின்னால் தொடர்ந்து ஓடி
தலைகணம் பிடித்து தலைகீழ் ஆடி
அழியும் பொருளை அலைந்து தேடி
நீ செய்த பிழைக்குப் பிறரைச்சாடி

பித்துப் பிடித்த என் மனமே
ஏன் தினமும் என்னை வாட்டுகிறாய்
அமைதியைத் தேடும் கார் இருளில்
ஏன் ஆசைத் தீயை மூட்டுகிறாய்

J. Chidambaram

அயல்நாட்டு வாழ்க்கை

அலாரம் அடிப்பதற்குள் எழ வைக்கும் வாகன சத்தம்..
கடமைக்கு உண்ணும் காலை உணவுகள்;
சுமையாய் நினைத்த வேலை எல்லாம் கட்டாயம் ஆனது!!!
ஓடிச்சென்று உழைத்தாலும்,
அயர்ந்து சோர்ந்த போது,
ஆறுதலுக்கு எவருமில்லை;
நாள் கிழமை தெரியவில்லை,
பண்டிகை நாட்களையும், விஷயங்களையும் அறிந்தேன்
வாட்ஸ்அப் வாழ்த்துக்களில்;
அசந்த நேரத்திலும் கனவு ஒரு புறமும் காதல் ஒரு புறமும்
தட்டி எழுப்பியது!!
கனவுக்காக வந்தவர்களை விட,
கடனுக்காகவும் கட்டாயத்திற்காகவும் வந்தவர்களே
ஏராளம்;
பொறுப்பு இன்றி சுற்றி திரிந்த போதும்,
வீண் சண்டைக்கு செல்லும் போதும் தெரியவில்லை...
கண்ணாடி அறைக்குள் கை கட்டி நிற்பேன் என்று!!!
அயர்ந்து கூட அயல்நாடு சென்று விடாதே!
வாழ்க்கையை ரசித்து
கொண்டிருப்பவர் மத்தியில்,
வாழ்வை தேடிக்கொண்டிருக்கிறோம் வெளிநாட்டு
வாழ்க்கையில் !!!!!!

- R. DHIVYA RAJENDRAN

காலம் எப்படி மாறிப் போச்சு?

காலம் எப்படி மாறிப் போச்சு
ஒன்றாய் இருந்த நேரம்
இப்போ தனிமையிலே போச்சு....
வெறுமை வந்து காற்றுப் போல
எங்கும் பரவி போச்சு.....

சுவாசம் இதுதானோ என்று
என்னை நானே கேட்கும்
நிலைமையும் வந்தாச்சு...
வேசம் போட்டுக் கொண்டு
பழகும் முகங்கள் ஏராளமாச்சு....
என்னை புரிந்து கொள்ளும் நெஞ்சங்கள்
எங்கே போச்சு ?
பல கேள்விக்கு இடையே
மனம் தவிப்பில் மௌனமாச்சு.....
கேள்விக்கு விடை தேடிச் செல்லும்
என் வாழ்க்கை கேள்விக்குறியானது தடுமாறி.....
வாரி வாரி கொடுக்கும் அன்பான நெஞ்சம் எனது
இன்று தனிமையிலே நிக்குது உருமாறி....

மேகம் மேய்யும் இடத்தில்
நமக்கு என்ன வேலை?
காயம் பட்ட பின்னர் தான் வாழ்க்கை சரியாக
நகர்த்துகிறது அதன் போக்கை....

பிறர் பின்பத்தில் அடைப்பட்டு இருக்கும்
உன் மனம்
எப்போது வெளியே வர போகிறது?
காயப்பட்டாலும் அவமானப்பட்டாலும்
எதிர்த்து நில் , தொடர்ந்து வெல்......
காலம் மாறிக் கொண்டே தான் இருக்கும்
ஆனால், நீ காலத்துக்கு ஏற்ப மாறாமல்
காலத்தையும் நேரத்தையும்
உன் போக்கில் மாற்று , வெற்றி உனக்கே....

இறுதியாய் களத்தில் நிற்ப்போருக்கு
வெற்றி உறுதி....
உடைத்து வெளியே வா.....
மாற்றங்களை தேடி....

-DineshBala

தீரா தேடல்

எவ்வாறு பிறந்தது என்னுள் எனை அறியாமல்?.
மழலைக் குழந்தையாய்
மடியில் மருவிக் கிடந்த போது
ஓயாத அழுகையின் மருந்தாய்
அவள் அன்பை கண்களில்
தேடிய போது பிறந்தானோ?
பால்யம் எட்டிப் பார்க்க
பள்ளிப் புத்தகங்களில்
புதைந்திருப்பதாய் சொன்ன
வாழ்வின் எதிர்காலத்தை
தேடிய போது பிறந்தானோ ?
பருவம் மீசையை அறிமுகப்படுத்த
உருவம் ஆடவன் என அடையாளப்படுத்த
கனவுகளோடு நுழைந்த கல்லூரிக்குள்
அறிமுகமான தோழிகளில் தேவதை யாரென
தேடி துடித்த போது பிறந்தானோ?
காதல் தோல்விகளுக்கும்
வாழ்வின் சவால்களுக்கும்
காலங்கள் புதிர் போட
அனுபவங்கள் விடை போட
சலித்து வெறுத்த தருணங்களில்
வெறுமையின் வெற்றிடத்தை
ரசித்து கடக்க காரணங்கள்
தேடி அலைந்த போது பிறந்தானோ ?

மனைவியென்றும் மகளென்றும்
உறவுகள் பொறுப்புகள் சேர,
தகப்பனென்றும் தாத்தாவென்றும்
இருக்கைகள் இடம் மாற,
எதிர்பார்ப்புகளும் எதார்த்தங்களும்
நினைவின் அடுக்குகளை நிறைக்க,
மனமோ இன்னும் இன்றும் தேடி கொண்டிருக்கின்றது?
வானம் பார்த்த உழவனாய்,
வறண்டு போன மனதின் வெடிப்புகளுக்குள்
பாய்ந்து விடாதா அமைதியின் வெள்ளம் என்று.
தேடலின் பிறப்பிடம் தேடுபவன்
எப்படி அறிவான்,
முகவரியின் முதல் வரி அழிந்த
கடிதத்தை பெறுபவன் போல ?
தீரா தேடலை,
திகட்ட திகட்ட தேடி
தொலைந்த ஒருவன்..!

-GANESAN S

காதலின் தேடல்

நான் காணாத அழகு நீ!!
நான் சுவைக்காத அமுதம் நீ !!
நான் மீட்டாத இசை நீ !!
நான் பாடாத பாடல் நீ !!
நான் கேட்காத கீதம் நீ!!
நான் சுவாசிக்காத வாசம் நீ!!
நான் தேடும் இதயம் நீ!!

என் இதய கூட்டில் ஒளிந்திருக்கும்
தேவதை யார் என்று அறிந்தேன்
நான் உன்னை கண்ட போது!!

மாலை வானில் சுற்றி திரியும்
பறவை போல
என் இதயம் சிறகு அடிக்குதடி
நீ என்னை காணும் போது!!

உன்னை தேடித்தேடி
ஒரு அகதியை போல
அலைகிறேன்!!
உன் ஒரு நொடி பார்வைக்காக!!

நூல் அருந்த பட்டம் போல்
நான் உன்னை சுற்றுகின்றேனே!!
உன்னிடம் ஒரு வார்த்தை பேச!!

நீ என்னை பிரிந்தாய்
நான் சென்றேன் உன்
நினைவுகளை தேடி!!

-karthikeyan.C

வாழ்வின் தேடல்கள்

வாழ்க்கை வெறும் மாயையா?
அதில் ஆசை வெறும் கற்பனையா?

பிறப்பு ஒரு வரமென்றால்
இறப்பது சாபமல்லவா
பிறப்பு ஒரு சாபமென்றால்
இறப்பது வரமல்லவா

பிறப்புக்கும் இறப்புக்கும் உள்ள
இடைவெளிகளில் எல்லாம்
தேடல்களும் ஓடல்களுமாய் வாழ்க்கை

வயிற்றின் கேள்விகளுக்கு
பதில் சொல்லவே
இயந்திரமாய் இயங்குகிறது
மனித கூட்டம் கனவுகளை
ஓரம் கட்டிவிட்டு

குயில் கூட்டம் கூடகேலி செய்கிறது
வாழத்தெரியாதவன் மனிதன் என்று
ரசிக்க நேரமில்லாத நடிகன் என்று

மனதின் கேள்வி ஒன்றே ஒன்றுதான்
வாழ்க்கை வாழ்வதற்கா?
இல்லை எதிர்காலம் நோக்கி
ஓடிக்கொண்டே இருப்பதற்கா?

ஓடிக்கொண்டே இருந்தால் முட்டாள்தனம்
நின்றுவிட்டால் அது அடிமுட்டாள்தனம்

தேவைக்காக கொஞ்சம் தேடுவோம்
கனவுகளுக்காக கொஞ்சம் ஓடுவோம்
வாழ்வதற்காக கொஞ்சம் நிகழ்காலத்தை ரசிப்போம்

-Kiruthika S

தேடல்கள் தீராது

பேசா மொழி பேச,
கூறா கதை கூற,
கேட்கா வார்த்தை கேட்க,
பகிரா எண்ணங்கள் பகிர,
சாயா தோளில் சாய,
பற்றா கரங்கள் பற்ற,
செல்லா இடம் செல்ல,
காணா வாழ்வை காண,
உணரா அன்பு உணர,
மாறா பழக்கங்கள் மாற,
தீரா எண்ணங்கள் தீர,
அறியா யாவையும் அறிய,
வாழா வாழ்வு வாழ,
பெறா இன்பம் பெற,
புரியா புன்னகை புரிய உன்னை தேடினேன்...
காலங்கள் மாறலாம் - என்தேடல்கள் தீராது.......

S.Maheshwari

என் போன்ற இதயம் வேண்டுமெனக்கு

வான்பொருட்டு பறக்கும் பறவை
பல உண்டு அதற்கு - ஆனால்
தான் வானம் ஒன்று மட்டும் தான் என்று
பறக்கும் பறவை நிலையெனக்கு...
தினம் எழுத்தைத் தீண்டும்
பள்ளிப்பலகை வரம் வேண்டாம்
ஒருநாள் ஓவியம் தீட்டி பல நாள் வாழும்
குட்டிச்சுவர் வாழ் வேண்டுமெனக்கு...
பதவி,பொருள் நாடிய பின் நாடும் புகழ் போலல்லாமல் ,
தன்னந்தனிமையில் சுற்றித் திரியும் போதும் உடன் வரும்
பழிச்சொல் போல் உறவொன்று வேண்டுமெனக்கு...
கிடைக்காது எனத் தெரிந்தும் வேண்டி வேண்டிச்
சாகும் என் போன்ற இதயம் வேண்டுமெனக்கு...
பிடிக்காது எனத் தெரிந்தும், அன்பை யாசகம் செய்து -
என்னை
பிடித்த நெஞ்சு பலவற்றை உதாசீனம் செய்தேன்,
இன்னும் பல வேண்டும் இன்னலெனக்கு...

-Manigandan S

தேடல்கள் தேங்கிடில்

மலை மேட்டிலிருந்து பள்ளம் வரும் ஓடையின் தேடல்.
பூ விட்டு பூமாறும் பூச்சிகளின் தேடல்.
கடல்விட்டு கரை சேரும் அலைகளின் தேடல்.
சன்னல் வழியே மனைபுகும் தென்றலின் தேடல்.
வான்விட்டு மண் சேரும் துளிகளின் தேடல்.
மேகத்தின் நடுவே தலைவிட்டு பார்க்கும் மலைகளின் தேடல்.
விரல் இடுக்குகளில் விரல் சேர்க்கும் அன்பின் தேடல்.
ஆகாசம் அனைத்தும் ஆராய
துடிக்கும் அறிவின் தேடல்.
பருக்கை கிட்ட இலை இலையாய் பசியின் தேடல்.
இயற்கை அழகை அள்ளிப் பருக கண்களின் தேடல்..
இனியவை கூறி இன்பம் தந்திட சொல்லின் தேடல்.
இன்னிசை கேட்டு ஆனந்தம் தந்திட செல்வியின் தேடல்.
இன்னமும் சொல்ல நினைத்து வார்த்தைகளின் தேடல்.
வாழ்வில் தேவைகள் ஆயிரம்..
அவை தேடி தேடல்கள் பல்லாயிரம்...
ஒவ்வொரு வாழ்வில் ஒவ்வொரு தேடல்..
தேடல் நிறைந்த ஆற்றின் போக்கில் வழி எங்கும் செழிக்க ,
தேடல்கள் தேங்கிடில் வாழ்க்கையும் பாசிகள் நிறைந்ததே....

-Mohan CP

தீராமலொரு தேடல்

கருவறையில் "நிரந்தரம்" தேட,
கிடைத்ததோ "பிறப்பு" எனும் ஏமாற்றம்!
மழலை வயதில் "கண்டதை எல்லாம்" கேட்க,
கிடைத்ததோ "வாங்கி தருகிறேன்" எனும் ஏமாற்றம்!
சிறு வயதில் "கல்வியை" தேட,
கிடைத்ததோ "வறுமை" எனும் ஏமாற்றம்!
இள வயதில் "காதலை" தேட
கிடைத்ததோ "துரோகம்" எனும் ஏமாற்றம்!
திருமண வயதில் "துணையை" தேட,
கிடைத்ததோ "வேலையின்மை" எனும் ஏமாற்றம்!
முது வயதில் தேடலில்லாமல்,
கிடைத்ததோ "ஆறடி எனும் பள்ளம்"

இங்ஙனம்,
தீரா தேடி களைத்தவன்.

- Navin estac raja

விவசாயி

விடியும் முன் எழுந்தவனுக்கு, வாழ்க்கை விடியாமலே
போகிறது...

ஊரெல்லாம் சோறு போட்டவனுக்கு, ஒரு வயிறு கஞ்சிக்கே
வழியில்லை..

நாட்டுல மழையில்லை,
ஆனாலும் அவன் உழைப்பை நிறுத்தவில்லை..

உயிரை கொடுத்து விழைவித்தவனுக்கு,
விலையை நிர்ணயிக்க கூட உரிமையில்லை...

உண்டு தீர்ப்பவனுக்கும் புரிவதில்லை,
உழுதவனின் கவலை...

வேர்வை சிந்த வெயிலில் காய்ந்தாலும்,
ஒருநாளும் அவன் வேகம் குறையவில்லை...

வயலில் களையோடு போராடியவன்,
வீதியில் கவலையோடு போராடுகிறான்...

அவனுக்காக ஒருநாளும் உழைச்சதில்லை,
உணவை உண்டவனுக்கோ அந்த உண்மை கூட
புரியவில்லை...

காசுபணத்த பெருசா நினைச்சதில்லை,
கடன் அடைக்க கூட வழியில்லை..

உயிரை கொடுப்பவன் கடவுள் என்றால்,
உணவை கொடுப்பவனும் கடவுள் தான்....

இளைய சமுதாயமே எழுந்து வா....
விவசாயத்தை கையில் எடுப்போம்....

விவசாயம் காப்போம்... விவசாயிகளை மதிப்போம்..

-M.Nanthini

திகட்டா தேடலின் தேவதை

திகட்டா தேடலில் கிடைத்த
தேனருவி தேசம் இது
என் தேவதை தேசம் இது !
பாதை முன்னே பிறந்தது
பாதம் அங்கே தெரிந்தது
பாலம் போலே தொடங்கியது
என் தேவதை தேசம் பறந்து விரிந்தது
என் கால்களோ மெல்ல நகர்ந்தது
வண்ண மேகங்கள் மேலே மிதந்தது
வானவில் பாலமோ கீழே நீண்டது
வண்ணத்து பூச்சி சிறகடித்து பறந்தது
பூ வனத்திற்கு அழைத்து சென்றது
பூக்கள் பூத்துக் குலுங்கிட
புன்னகை அங்கோ ஒலித்திட
பூங்காற்று புன்னகையில் வீசிட
பூங்கோதை துள்ளி வந்திட
கூந்தல் கடலலை போல பறந்திட
நானோ மெல்ல சறுகிட
வன்மம் இல்லா வாசமும் வர்ணிக்க பார்க்குதே
வார்த்தை இல்லா மௌனமும் சந்திக்க கேட்குதே

மயில் தோகை போர்த்திய விழிகள்
மணிமணியாய் அலங்கரித்த காதணிகள்
என் இதழ்கள் எழுதிடும் கன்னங்கள்
என் மனதை படிக்கும் இதழ்கள்
கொள்ளை அழகினில் சிரிக்க வைத்தாள்
கோடி விண்மீனை சரித்துவிட்டாள்
என் தேவதை கை பிடித்தேன்
என் தேடலை தேடி பிடித்தேன் !
என் வாழ்க்கையின் தேடல் அன்று
என் வாழ்க்கை துணையவள் இன்று..!

-S.R.Raman

தேடல் இனிது

தீராத மேகம்
தீர்ந்து போகிறது
மண் மீது கொண்ட
தீராத மோகத்தில்....
தீராத மோகம்
தீராமல் தொடர்கிறது
கடல் வான் மீது கொண்ட தீராத தாகத்தில் ...
தீராத ஆசை
தீர்ந்து போகிறது
ஜீவனின் ஓசையில்...
தீராத காதல்
தீராமல் தொடர்கிறது ஜீவன்
உன் மீது கொண்ட தீராத நேசத்தில் ....
தீராத பிரிவு
தீர்ந்து போகிறது
மனம் உன்னோடு இருந்த அவ்வேளையில்...
தீராத கனவு
தீராமல் தொடர்கிறது
நீ என்னோடு இல்லாத அதிகாலையில் .....
தீராத தேடல்
தீர்ந்து போகிறது வாழ்க்கை தன் மீது கொண்ட
நம்பிக்கையில்...

-S. Santhosh

தேடத் தொடங்கி முடிந்தவன்

செக்கில் சுழல்கின்ற எருதுகளாய்
நேரத்தின் நிழல்களில் வாழ்க்கையை
மறைத்து வைத்த அஃறிணை அருவமாய் நான்
இருந்தும் இன்மை அறிந்தேன்

முகவரி இல்லாக் காகிதமாய் -என்
தேடல்கள் இல்லா -வாழ்க்கை
வாழ வழியுண்டு என குடுவைக்குள்
அமர்ந்த என்னை தூக்கி வீசியது வெளியில்

சுவாசித்தேன் மூச்சடைத்தேன்
வெளிகள் வெற்றிடங்களாய் எனை நசுக்கின
சுவாசித்தேன் பிராணவாயுவின் பின்னடைவு
உணரும் வரை சுவாசித்தேன் -முடியவில்லை

தேடினேன் தேடல்கள் சுவாசமாகின
தேடல்கள் பிராணன் தந்தன- தேடல்கள்
அமைதி தந்தன ஆயினும் எங்கேயா
அலைந்து இறுதியில் தேடினேன் -மரணம்
தேவைக்கும் விருப்புக்கும் சில்லறைத்
தொடர்புகளில் சிக்குண்டு -கல்லறை வரை
ஈர்ப்பு மறந்த சந்திரனாய் வெறுமை இருளில் எனைத்
தொலைத்தேன்
ஆனால் சுவாசிக்கிறேன் - கல்லறையில்

Saranjan Pakkiyarajah

கணவன் மனைவியின் தூரத்துக் காதல்

சின்னவளே காதலும் சிணுங்கித் தவிக்குதடி...
சின்னதொரு சேதியால் சிணுங்களும் அடங்குமடி...

என்னவனே காதலை ஏங்க வைக்கிறாய்...
என்னுடைய ஏக்கத்தை எங்கு வைத்திருக்கிறாய்...

அந்தியும் சாய்கையில் அடியேனும் சாய்வேனா...
அந்தி மந்தாரையே அடியெடுத்து வருவாயா...

மாலையிட்ட மன்னவனே மங்கையும் வாடுகிறாள்...
மாலை போகுமுன்னே மங்கையை தாங்கிக்கொள்...

கண்களை மூடிக்கொள்ளடி கருவிழியில் நானடி...
கண்ணம் சாயடி கர்ணன் நானடி...

இடம் கொடுத்தால் ஏறி வருவீரே...
ஏணியே கொடுக்கிறேன் என்ன செய்வீர்...

ஏற்றம் இறக்கம் எனக்கும் அறியுமடி...
ஏற்றால் மட்டுமே எனக்கு புரியுமடி...

நேர்மைக்கு அரசன் நெஞ்சன் நீயல்லவா...
நேரம் வரட்டும் நெஞ்சம் உனதல்லவா...

காலமும் கையேந்துமடி காத்திருப்பதை கண்டு...
காதலும் கைகொடுக்குமடி காத்திருப்பதை கண்டு...

உடலை மறந்து உலகம் சுற்றுகிறோம்...
ஊடலை மறந்து உல்லாசம் காண்கிறோம்...

நானாக நீயும் நீயாக நானும்...
நீளும் நம்காதல் நேரும் நமக்காக..

-M.R.Sathish kumar

ஈரகாற்றில் வரும் மண்வாசம் ;
ஈசல்கள் சுற்றித்திரியும் மழைநேரம் ;
உழைத்து பெற்ற ஐம்பதுரூபாய் ;
உச்சிவெயிலில் சுரக்கும் வியர்வை ;
சேமிப்பில் கிடைத்த மிதிவண்டி ;
சேவையால் அடைந்த மனநிறைவு ;
திங்கட்கிழமை தரும் பரபரப்பு ;
திசைதெரியாது திகைத்த நிமிடங்கள் ;
நெடுஞ்சாலை ஓரத்து நடைபயணம் ;
நெடுநேரம் காத்திருந்த நேரங்கள் ;
மரத்தில் பறித்துண்ட மாம்பழம் ;
மட்டைபந்தால் உடைந்த கண்ணாடி;
விளையாட்டில் வென்ற பதக்கம் ;
விலைபேசி வாங்கிய புத்தகம் ;
வெண்ணிலாவை மறைத்த வெண்மேகம் ;
வெள்ளிகளாய் பொழியும் மழைத்துளி ;
இவற்றை அறியாது சேர்த்த
பணம்..... வெறும் காகிதமே !

S.Sathish pandi

வாழ்வின் தேடல்

நாம் நாளும் தேடிக் கொண்டே தான் செல்கிறோம்,
எதை தொலைத்தோம்.,
தேடி திரிய
தொலைத்ததை மறந்து
தேடி திரிகிறோம்.!?
பிறப்பிலிருந்தே
நாம் தேடி திரிகிறோம்.!!
நாம் கருவறையில் இருக்கும் போது அம்மா என்பவள்
தினமும் தேடி திரிவாள் கோவிலை.!!
எனக்கு
மகன் பிறப்பானா
மகள் பிறப்பாளா
என்றெல்லாம்
மனம் கொள்ளாமல்
நல்ல படியாய் குழந்தை பிறந்தாலே போதும் என்றே.!!!
இதுவும் வாழ்வின் தேடலின் ஒன்று தான்.!!!
கண்ணோடு
கண்கள் மோதி கொண்டதால்
காணாமல் போனது
கள்வனின் மனம்.!?

தேடி தேடி கண்டெடுத்த
தேனினும் இனியவளே.,
என் இனியவளே.!!
உன்னை விட்டு
ஒரு நொடியும்
பிரியாது எந்தன் கரமே
நீ எந்தன் காதலை
மறுத்து செல்வது
அநியாயமே.!?
நீ எங்கே சென்றாலும்.!?
தேடி தேடி திரிகிறது எந்தன் மனமே.?
என்றோ ஒரு நாளில்
மாறாதா உந்தன் மனமோ.!?

வாழ்வில் என்பதே தேடல்கள் நிறைந்ததே.,
தேடல் இல்லா வாழ்க்கை
தேவையற்றதாகிவிடுமே.!?
எல்லா உயிர்களும் தேடலினாலே.!!!
வாழ்வில் தேடல் இருக்கலாம்,
ஆனால் தேடல் நிறைந்த
வாழ்க்கையாய் மட்டும் இருக்கக் கூடாது.!!!

-S.Thangaselvam

தேவைகளின் தேடல்

இருத்தலின் அனுபவமே வாழ்க்கை !
வாழ்க்கையின் பொருட்டே தேவைகள் !
தேவைகளின் பொருட்டே தேடல்கள் !

தேவைக்கு மட்டுமே தேடுபவன் யோகி !
தேவைக்கு மேல் தேடுபவன் ரோகி !
தன்னைத் தேடுபவன் ஞானி !
காரணங்களைத் தேடுபவன் விஞ்ஞானி !

தேடுவது போதிமரம் என்றால்
புத்தரின் பக்குவம் வேண்டும் !
தேடுவது பொன்பொருள் என்றால்
அதற்கான உழைப்பு வேண்டும் !
எதை நாம் தேடுகிறோமோ
அதற்கான தகுதி வேண்டும் !

தேவைகளின் நீட்சியே ஆசைகள் !
ஆசைகளின் நீட்சியே இத்தனை வளர்ச்சிகள் !
இருத்தலின் முனைப்பு இருக்கும் மட்டும் ..
ஆசைகளின் அலை ஓயும் மட்டும் ...
என்றும் தீராது (தேவைகளின்) தேடல்கள் !

-A.Uma Devi

என் காதல் கண்மணி

மழை வரும் நேரம்.....
என் மடி தூங்க நீயும்....
சின்னஞ்சிறு கதைகள்
சொல்ல நானும்.....
அதை கேட்டு உறங்கும்
உன் கண்களும்....
உன் உறக்கம் அறியாமல்
உன் முகம் பார்த்து சிரிக்கும்
என் இதழ்களும்.....
இக்கணமே மரணமே வந்தாலும்
உன் உறக்கம் கலையாமல்
உயிர் துறப்பேனடி..
என் காதல் கண்மணி....❣❣❣

-Vignesh

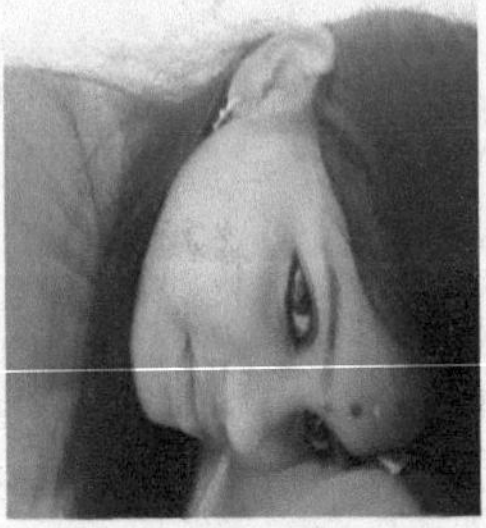

இவளின் தேடல்

என் கனவுகளுக்கும்
என் வாழ்க்கைக்கும்
சிறை போட்டு வைத்திருந்தேன்

தெரியாத முகமாய்
இதுவரை அறிந்திராத
உறவாய் என் உணர்வுகளாய்
வந்தவன் அவன் . . .

நண்பன் என்ற பெயரில்
என் தனிமையை
மீட்க வந்தவன் - காதலனாய்
மாறி பின் எனக்குள்
தொலைந்து என் மொத்தமும்
அவனாகி போனவன் . . .

அவன் இருப்பது என்னை விட்டு
வெகு தூரம் தான் - ஆனால்
தொலைவிலிருந்து கொண்டே
என் மனதை படிக்கும்
வித்தைக்காரன் அவன் . . .!

அவன் இருக்கும் இடத்தை
தேடியே என் நிழலை
இழுத்துச் செல்லும்
மாயக்காரனும் அவனே . . .!

பாதையில்லாமல் திரிந்தவள்
இவளை உன்னோடு - உன்
வாழ்க்கையின் ஒரு பாதியாய்
பிணைத்துக் கொள்வது எந்நாளோ?...
காத்துக் கிடக்கிறாள்
கவிஞை இவளும் ...!

-yamuna